Matakot Ka Sa Tula

MeasMrNiceGuy

Ukiyoto Publishing

All global publishing rights are held by

Ukiyoto Publishing

Published in 2024

Content Copyright © MeasMrNiceGuy
ISBN 9789362690579
All rights reserved.
No part of this publication may be reproduced, transmitted, or stored in a retrieval system, in any form by any means, electronic, mechanical, photocopying, recording or otherwise, without the prior permission of the publisher.

The moral rights of the authors have been asserted.

This is a work of fiction. Names, characters, businesses, places, events, locales, and incidents are either the products of the author's imagination or used in a fictitious manner. Any resemblance to actual persons, living or dead, or actual events is purely coincidental.

This book is sold subject to the condition that it shall not by way of trade or otherwise, be lent, resold, hired out or otherwise circulated, without the publisher's prior consent, in any form of binding or cover other than that in which it is published.

www.ukiyoto.com

Dedication

Ang talentong mayroon ako sa pagsusulat ng mga tula ay hindi posible kung wala ang basbas ng Maykapal. Kaya, sa Kaniya una akong nagpapasalamat ng buong puso.

Ibinabahagi ko rin ito sa pinakaunan 'fan' ng aking talento sa pagsusulat. Kay ate Karen Z na kahit hindi kami magkadugo ay itinuring akong tunay na kapatid. Salamat sa iyo.

Sa pamilyang nakaaalam ng hilig ko sa pagsusulat, ngunit hindi nasaksihan ang mga pinagdaanan ko nang personal, sa kanila ko rin iniaalay ang gawa kong ito. Kahit na dagat ang pagitan ng layo namin sa isa't isa, alam kong masaya sila sa narating at mararating ko pa.

Sa aking batang sarili na kailanman ay hindi nagawa ang dapat na nagawa noon, huwag kang mag-alala pagkat hindi kita nakakalimutan.

Magpapatuloy pa tayo!

Sa huli, sa mga kaibigan kong nakasuporta sa akin sa tahimik na paraan, para rin ito sa inyo.

Contents

Mukha 1

Kamay at Paa 3

Puso 4

Kutsilyo 5

Kamay Ni Orasan 6

Kapre 7

Lubid 8

Katok 9

Lumang Litrato 11

Ulong Pugot 12

Babae 13

Sementeryo 14

Anino 16

Alulong ng Aso 17

Bangungot 18

Sirena 19

Lunod 20

Bampira 21

Kalansing 23

Baliw 24

Aswang	25
Sakal	26
Pridyider	28
Sugat	30
Matadero	32
Sinturon	34
Balon	35
Tulay	37
Hagdanan	38
Kaluskos	40
Sakripisyo	41
About the Author	*43*

Mukha

Dinukot mo ang aking mga mata,
Upang ako ay hindi makakakita,
Upang maging madilim ka sa 'king alaala,
Mabulag sa katotohanang naging tayong dalawa.

Ginupit mo ang aking mga tainga.
Nang hindi marinig ang boses nila.
Ng aking magulang, ng aking pamilya,
Kasama na ang tinig mong sa 'kin noon ay kahali-
halina.

Tinabas mo ang ilong kong matangos.
Hindi ko na maaamoy ang iyong paghangos,
O masisinghot ang pabango mong hindi nalalaos,
At makaranas ng sakit katulad ng *sinus*.

Pinutulan mo ako ng dila,
Upang hindi makapagsalita,
Masabi ang bawat kataga,
Gaya ng 'ika'y mahalaga'.

Kahit nawalan ako ng paningin,
Kahit ginupitan mo ako ng pandinig,
Kahit tinabas mo ang aking ilong,

At putulin ang aking dila,
Sa puso ko'y mahal pa rin kita.

Kamay at Paa

Naglalaro tayo ng Pen Pen de Sarapen.
Hindi ko inakalang daliri ko'y iyong puputulin.
Isa-isa mongng tinadtad ng walang pag-aalinlangan,
Hanggang sampung daliri ko ay iyong pira-pirasuhin.

Paano na kita mahahawakan?
Magagawa pa ba kitang proteksyunan?
O suntukin ang taong dadalhin ka sa kapahamakan?
Wala na akong kamay na iyong hahalikan!

Kamay ko ay wala na pati ba naman paa ko?
Sinadya mong tabasin at putulin ito,
Dahil talo na naman ako sa laro,
Larong takbuhan sa malayo.

Hindi na ako makatatayo.
Hindi na ako makatatakbo.
Hindi na ako makasisipa.
Dahil kumpol na nga ako.

Bakit hindi ko naramdaman ang sakit?
Ng pagputol mo sa aking mga kamay at paa?
Bakit hindi ko magawang sa iyo ay magalit?
Dahil ba sa mahal na mahal talaga kita?

Puso

Sa puso nagsimula,
Sa puso nasira,
Sa puso nakuha,
Selosong papatayin ka pa!

Sobra kang nagmahal,
Akala mo pa nga ay tatagal,
'Yon pala ay kay bagal,
At sa huli pa ay pagal.

Kumuha ka ng patalim.
Sinaksak nang palihim.
Kahit nangangapa ka sa dilim,
Mata mo'y talagang nagdilim.

Hindi ka pa nakuntento.
Pagbaon mo'y walang preno.
Duguan na ang dibdib ko.
Punyal ay tumagos pa sa aking puso.

Mahal, bakit mo ginawa?
Mahal, bakit ako pa?
Mahal, baliw ka na ba?
Alam mo namang mahal na mahal kita, 'di ba?

Kutsilyo

Bakit sa tuwing nakikita ka,
Sarili ko ay di mapigilan na,
Pakatitigan ka,
Hinasa-hasa hanggang matalim na?

Bakit ang sarap mong paglaruan?
Bakit gusto kitang gamitin?
Sa pagsaksak at pagtatadtarin,
Hindi lamang sa sibuyas kung hindi pati tao na rin?

Nang lumapit ako sa kusina,
Nagluluto ang aking sinta.
Nasilaw ako sa iyong bigla,
At agad na kinuha na kita.

Sinaksak ko siya dahil sa iyo!
Tinaga ko siya dahil sa iyo!
Pinatay ko ang babaeng mahal ko!
Bakit kasi ako ay naakit mo?

Kamay Ni Orasan

Sa tuwing sasapit ang gabi,
Mga daliri ni Orasan ay hindi mapakali.
Dahil malapit na sumapit ang hatinggabi,
At lalabas ang mga nilalang sa tabi-tabi.

May lumilipad, may umuungol.
May kumakaluskos, may tumatambol.
May sumisigaw, may tumatahol.
May binabangungot dahil hinahabol.

Kahit ika'y nakapikit, sila'y nakakapasok.
Kahit mata'y dilat, sila ay kusang kakatok.
Ikaw na walang alam, biglang pumiyok,
May multo! May aswang! May nakatutok.

Tik, Tak, Tik, Tak, ang sabi ni Orasan.
Tik, Tak, Tik, Tak, kaya mo bang pigilan?
Tik, Tak, Tik, Tak, malapit na siya sa iyong higaan!
Tik, Tak, Tik, Tak, buhay ka pa ba, kaibigan?

Kapre

Sa mataas na puno, siya'y nagkukubli.
Sa mayayabong na kagubatan, siya'y nagsisilbi.
May sigarilyong sobra ang laki,
Na kapag ika'y nabagsakan, wala ka ng silbi.

Bihira mo silang makita sa gabi.
Hindi mo rin matutunton ang kanilang bahagi.
Pero kapag dumaan ang isang magandang babae,
Wala ng kawala, siya'y magiging maliit na tutubi.

Higanteng-higante, sinong makapagsasabi?
Balbas sarado, hindi nagpapagupit, kaya mo bang ihabi?
Paano kung ika'y pitikin na parang kiti-kiti?
Kawawang buhay mo, walang magbuburol sa iyong labi.

Kathang-isip man ito o sabi-sabi,
Paniwalaan mo man ito o hindi,
Bakit di mo basahin nang paunti-unti,
Tungkol sa mga alamat at k'wento ni Kapre?

Lubid

Mahaba, makapal, parang buhok kong itali.
Maraming silbi sa araw-araw, kahit pa hinahabi.
Masakit sa katawan kapag hagupit ay nabali,
Masusugatan, dudugo, at mahihiwa rin ang mga daliri.

Ngunit, bakit ngayon damdamin ko'y kay sakit.
Parang binabarina sa hapdi ng hagupit.
Nang ako'y sinaktan, pinabayaan sa putik,
Pinagsawalang bahala ang tulad kong hindi umiimik.

Gusto kong magbigti, wakasan ang pighati.
Gusto kong magpatiwakal, tapusin ang paghikbi.
Kaya, lubid, lumapit ka sa aking tabi,
At putulin ang hininga kong wala nang silbi.

Itinali ko ang sarili sa kisame,
Nilagyan ko ng puwang na pabilog ang habi.
Ipinasok ang ulo at agad na nagbigti,
Salamat lubid, sakit ay tuluyan nang napawi!

Katok

Isang gabing malalim,
Buong bahay ay madilim.
May kumatok sa dilim,
Saktong kumakain ka pa ng *ice cream*.

Nanonood ka ng telebisyon,
Ng nakakatakot na edisyon,
Ng pelikulang Huwag Kang Lilingon,
Kung ayaw mong buhay mo ay maitapon.

Katok pa rin nang katok ang naririnig mo.
Mula sa mahina, palakas nang palakas ito.
Mulagat ang iyong mata, tumayo ang iyong balahibo.
Ngunit ayaw mong umalis sa kinauupuan mo.

Ilang saglit pa, ikaw ay tumayo.
Ang pintuan sa iyong k'warto ay tinungo mo.
Nanginginig pa ang mga kamay mo,
Nang binuksan mo ang pinto.

Wala namang tao. Wala kang nakita.
Sumilip-silip ka pa, pero wala talaga.
Guni-guni mo lang ba o ika'y namamalik-mata?
Naiinis ka at pinto ay iyong isinara.

Tok! Unang katok ay hindi mo pinansin.
Tok! Tok! Pangalawa, sa k'warto mo'y pumasok ang hangin.
Tok! Tok! Tok! Singit at kilikili mo'y pinagpapawisan na rin.
Tok! Tok! Tok! Tok! Bubuksan mo na ba, kaibigan?

Lumang Litrato

Tinungo ko ang *attic*,
Kahit galing pa sa putik.
Kamay ko'y pumipitik-pitik,
Mga dumi ay winiwisik-wisik.

Nang makarating ako roon,
Pundidong bombilya pa ang umaahon.
Patay sindi kung ito'y bumabangon,
Hanggang mailawan ang isang maliit na kahon.

Hindi ako takot sa dilim.
Matapang akong nangangapa sa lilim.
Kahit kaunting kalabog, wala iyon sa akin.
Malakas ang kumpiyansa kong hindi ako matatakutin.

Nang buksan ko ang maliit na kahon,
Lumang litrato mo ang naroroon.
Titig na titig ako nang mga oras na iyon,
Bakit bigla na lamang nag-iba ang iyong posisyon?

Agad kong nabitawan ang litrato mo.
Sa kauna-unahang pagkakataon,
Katawan ko'y kinilabutan,
Dahil mukha mo'y gumalaw na naman!

Ulong Pugot

Sa lumang bahay ako'y napadaan.
Napatigil nang biglang may nagsilabasan.
Mga batang mabilis na nagsisitakbuhan,
Hindi ko alam kung bakit sila nagsisi-alisan.

Napakamot ako sa aking ulo.
Nagtataka at waring nalilito.
Wala namang kakaiba, palagay ko.
Takot ba sila dahil may multo?

Muli kong pinagmasdan,
Ang bahay na may kalumaan.
Tinitigan ko ang kabuuan,
Nakatatakot nga, ako'y kinilabutan.

Ako'y tatalikod na sana,
Nang mapansin ko ang taong kakaiba.
Nakangiti sa akin, nginitian ko rin siya,
Hindi nagpahalatang ako'y takot na.

Subalit, balahibo ko'y nagsitayuan,
Nang bigla siyang lumapit sa aking harapan.
Katawan ko'y nilukob ng kababalaghan,
Nang ang ulo niya'y humiwalay sa kanyang katawan!

Babae

Nang minsang ako'y magawi,
Sa puno na kung tawagin ay Balete.
Alas dose na noon ng hatinggabi,
Naglalakad ako sa madilim na kalye.

Umihip ang malakas na hangin.
Balahibo ko'y biglang nagsitayuan.
Hindi ako lumingon, sa daan ko itinuon,
Dahil ramdam kong may nakasunod sa aking likuran.

Binilisan ko ang aking paglalakad.
Baka kasi may nakasunod na isang higad.
Ako'y hilahin sa madilim niyang pugad,
At pagnasaan ako nang sagad na sagad.

Patakbo na ang aking ginawa,
Nangangatog na ang aking mga paa.
Muntikan na rin akong madapa,
Sa lugar kung saan ako'y nag-iisa.

Ako'y napatigil pansamantala,
Nang makitang may puting usok na pala.
Sa aking harapan, ako'y natulala.
Lumitaw ang isang babaeng, puti ang damit at walang mukha!

Sementeryo

Dampi ng hangin ay kakaiba.
Sa sementeryo ako ay napunta,
Upang makauwi nang mas maaaga,
Na tinatahak ko nang mag-isa.

May mga boses akong naririnig.
Balahibo ko'y biglang tumindig,
Mukha'y biglang nagka-tubig,
Pakiramdam ko'y sa akin ay may tumabig.

Isang nitso ang aking naapakan.
May mga damong napaliligiran,
Idagdag pa ang baging na naglalakihan,
Ako ay tuluyan nang nahintakutan.

Takbo rito! Takbo roon!
Nakapikit ang mata at hindi lumilingon.
Ayaw kong umasa sa pagkakataon,
Na buhay ko'y biglang maibaon.

Subalit...

Nanlaki ang aking mga mata.
Umurong pa ang aking dila.
Ang baging ay pumulupot na,
Sa katawan kong hingal na hingal pa.

May multo sa sementeryo!
Multong nagpapakita sa mahinang tulad ko.
Multong nginingitian pa ako,
Hanggang buhay ko'y ibinaon na nga sa ilalim ng nitso.

Anino

Pasipul-sipol ka sa daan.
Sumasayaw-sayaw pa,
Nakikinig ng musikahan,
Hindi alam na may sumusunod na sa iyong likuran.

Hindi mo iyon nilingon,
Dahil wala namang tao.
Inayos mo ang iyong salamin,
Nang biglang may dumaan sa harapan mo.

Hindi mo iyon nakita.
Naramdaman mo lang bigla.
Hindi pa naman hatinggabi,
Bakit mukha mo'y namumutla?

Nanginginig ang iyong mga kamay.
Pakiramdam mo ay may nakaakbay,
Sa likuran mo ay hindi ka mapalagay.
Kumaripas ka ng takbo, tinawag si Nanay.

Kung saan-saang direksyon ka na pumunta.
Bakit ramdam mong naroroon pa siya?
Lumingon ka na at hindi makapaniwala,
Anino mo lang pala, natakot ka?

Alulong ng Aso

Hindi ka makatulog sa gabi,
Pati ang mga ingay ng tutubi,
Dagsa kapag sumapit na ang hatinggabi.

Mga ungol na kakaiba.
May tahol at hikbi pa.
Aso ba talaga ang aligaga?

Pakiramdam mo'y may nagbabadya,
Ng kasamaan sa iyong dalawang tainga.
Hindi kaya, kamatayan mo'y magsisimula na?

Alulong ng aso'y nakabibingi.
Katawan mo ay biglang nangagsikati,
Sa isang iglap, naging lobo ka na isang maputi.

Bangungot

Himbing na himbing ang iyong tulog.
Nanaginip ka.
Nasa isang hindi pamilyar na lugar ka
Nang maramdaman mong paa mo'y nangangatog na.

May humawak sa iyong leeg.
Sinasakal ka.
Mahigpit ang pagkakasakal niya.
Nagpupumiglas ka, nabitawan kang bigla.

Nangangapa kang tumakbo.
Sa dilim hindi ka makakibo.
Halos talunin mo ang puno,
Maiwasan lang sila at lumayo.

Ngunit...

Bakit hindi ka napapatigil?
Katawan mo'y hindi mapigil.
Bigla ka na lamang nanggigil,
At tumalon sa banging may pangil.

Sirena

Tinig nila'y kahali-halina.
Mukha nila'y kaaya-aya.
Boses nila'y nang-aanyaya,
Sa mga lalaking mangingisda.

Huwag kang padadala,
Kung maririnig mo sila.
Kapag naakit ka nila,
Puso mo ay makukuha.

Mahahabang buntot,
Sa karagatan ay umiikot.
Lumalangoy, naglilibot,
Ng mabibiktima sa laut.

Bakit ngayong gabi,
Ako'y hindi mapakali?
Lumabas ako sandali,
At sa karagatan ay nagpasintabi.

Napapikit ang aking mata,
Sa boses na kakaiba.
Ako'y napatayong bigla,
Pumailanlang sa dagat ang isang... sirena!

Lunod

Masaya tayong nag-uunahan,
Naglalaro ng habulan,
Paunahan pa sa karagatan.

Lumangoy at umahon,
Nagsabuyan nang sabuyan,
Hanggang sa dumating ang dapithapon.

Ayaw mong tumayo.
Gusto mo pang maglaro.
Pero pagod na ako.

Nagalit ka at ako ay sinampal.
Sinabunutan at sinakal.
Mukha ko'y garapal.

Galit mo ay lumobo.
Nilublob mo ako,
At pinigilang humayo.

Hininga ko'y nawawala,
Hindi na ako makahinga,
Nilunod mo ako, wala kang konsensya!

Bampira

Kutis mo'y maputi,
Balat ko'y kayumanggi,
Hindi ako makatatanggi,
Nang-aakit ang iyong ngiti.

Ako'y na-hipnotismo sa 'yo,
Sumunod itong abang puso ko.
Nabihag mo yata ang kalooban ko,
At ako pa'y napapasunod mo.

Ngunit...

Bakit ayaw mong masikatan,
Ng sinag ng araw sa Silangan?
Takot ka bang madungisan?
O mangitim sa buong arawan?

Nang isang gabing pauwi na ako.
Naglalakad sa isang madilim na kanto.
Nagmamadaling makauwi dahil baka ako ay ma-engkanto,
O makain ng buhay ng naglalaway na aso.

Hindi ko inasahang ako'y mapag-tripan,
Ng mga sunog-baga sa tabi ng daan,

Pilit akong pinauupo at tinatagayan,
Upang sabayan ang kanilang kalasingan.

Gusto kong umalis, pero hindi ko magawa,
Sa takot ko, ako'y nagmakaawa,
Sasampalin na sana ako ng isang matanda,
Nang biglang may sumulpot na isang Bampira!

Kalansing

Sa rehas na bakal,
Ako'y nagpatiwakal.
Sa rehas na bakal,
Ako'y sinakal.

Ako'y nangangalansing,
Buong selda'y nagising,
Galit na galit, sobra ang hinanaing,
Istorbo daw sa kanilang hinihiling.

Bakit ako'y hindi pinansin,
Noong nabubuhay pa mandin?
Bakit sila nagagalit sa akin?
Naiingayan ba sa kalansing na nakatali sa'kin?

Kung 'yan ang nais nila,
Kakalansingin ko ang mga lata,
Rehas na bakal at iba pa,
At bubulabugin ang buong selda.

Ang hindi gigising, aking papatayin!
Ang magrereklamo, dila'y puputulin!
Ang magagalit, puso'y dudukutin!
Ano? P'wede ko na ba kayong kalampagin?

Baliw

Matalim ang kanyang tingin,
Nagbabadya ng isang pangitain,
Na buhay mo'y kikitilin,
At mawala sa kanyang paningin.

Nakikita mo ba kung paano siya magwala?
Napapansin mo ba ang kakaibang kilos niya?
Naririnig mo rin ba ang naririnig niya?
Na may papatay sa kanya, alam mo ba?

Sasayaw siya kung uutusan mo.
Iindak-indak siyang parang sa teatro.
Kahit ipagawa mo ang kumain siya ng damo,
O 'di kaya'y tumahol na parang isang aso.

Isang gabi ay tahimik na lang siyang nakaupo.
Hawak-hawak ang isang matalim na kutsilyo.
Nagsasalita siya, hindi mo maintindihan kung ano.
Basta na lamang siyang tumayo at tinabas ang mukha
mo.

Sigaw siya nang sigaw ng, 'papatayin kita'.
Mga kamay mo'y duguan na sa pag-ilag sa kanya.
Patuloy lang ang ginagawang pagsaksak niya,
Hanggang sa matamaan ang puso mo at pinatay ka.

Aswang

Mahilig silang magbalatkayo.
Hayop man o sa anyong tao.
Dala nila'y laging peligro,
Kumain ng puso ang kanilang gusto.

Paborito nila ang isang sanggol.
Sa sinapupunan, hindi mo maipagtatanggol.
Kawawa ang batang hindi mo maririnig umungol,
Dahil buong-buo nila itong kakainin na parang ulol.

Dugo ng tao'y asam-asam din nila.
Kapag naamoy nila'y hindi na papipigil pa.
Hahabulin ka hanggang madakip ka,
At sisipsipin ang lahat ng dugo mong sariwang-sariwa.

Matutulis din ang kanilang mga kuko.
Anyo nila'y minsan isang mabangis na lobo.
Handang sakmalin ka't gutay-gutayin ng todo,
Iiwang wakwak ang tiyan at dibdib mo.

Pakiramdam nila'y kidlat sa bilis.
Paningin nila'y matalas na matalas.
Pang-amoy nila'y hindi kanais-nais.
Dahil ang tulad nila'y mas pangit pa sa ipis!

Sakal

Tayo'y nagkatitigan.
Ako'y iyong nginitian.
Mata sa mata.
Walang pagdududa.

Ikaw ay inimbita.
Kumain sa mesa.
Titig na titig ka,
Parang mangangain na.

Matapos ang kainan,
Sa labas nagkuwentuhan.
Nilanghap ang sariwang hangin,
Habang ako'y tiningnan.

Nang ika'y lingunin ko,
Ako'y sinakal mo.
Nanunuot ang kuko,
Papatayin mo ako?

Tinangka kong tanggalin,
Pero mahigpit pa rin,
Ang pagkakasakal sa 'kin,
Nawawalan na ko ng hangin.

Mata mo'y nanlilisik na.
Nawawalan na ako ng hininga.
Katawan ko ay hinang-hina na,
Hanggang tuluyan nang mamahinga.

Pridyider

Namatay ang ilaw.
Nawala ang tanglaw.
Ako'y nagpalahaw,
Uhaw na uhaw.

Hinanap ko ang daan,
Matunton ang kusinahan.
Mapawi ang kauhawan,
Sa mainit na kadiliman.

Nang kusina'y matagpuan,
Ang pridyider ay binuksan,
At nang aking tingnan,
Wala namang laman.

Nang ito'y aking isasara,
Bakit may humawak sa sking paa?
Kamay na nagdurugo pa,
Hinila ako nang hinila.

Pilit kong iwinawasiwas,
Kamay ay pinaghahampas.
Tinatanggal upang makatakas,
Ngunit hindi ako nakaligtas.

Sa pridyider, ako'y naipasok.
Katawan ko'y bumulusok,
Nagkasya sa pagkakasuksok,
Hanggang sa puso ko'y biglang tinusok.

Sugat

Labis akong nasaktan,
Sa sinabi mong kasinungalingan.
Na ako ang siyang dahilan,
Ng iyong labis na kalungkutan.

Tinangka kong magpakamatay,
Ngunit ako pa rin ay buhay na buhay.
Hindi ko magawang sundan ka sa hukay,
At maging isang malamig na bangkay.

Kaya...

Sarili ko ang pinagmalupitan.
Ni-latigo ko ang buong katawan,
Hiniwa-hiwa, pinagkakalmot at binalatan,
Dugo ay isa-isang nagsitalsikan,
At patuloy sa pag-agos na parang isang ulan.

Sinipat ko ang aking mga sugat.
Hapdi at kirot ay hindi masukat.
Ninais kong ito ay bumakat,
Nang kasalana'y matapos na lahat.

Susugatan ko. Hihiwain ko.
Babaklasin ko. Tatanggalin ko.

Hanggang maging manhid ang puso ko,
Sa kakaisip na ako'y hindi na mahal mo.

Matadero

Malimit kitang makita.
Sa palengke ika'y nag-iisa,
Sa gitna ay sumisigaw ka,
Karne at baboy ay iyong ibinibenta.

Nang ako'y magawi sa iyong harapan,
Kasama ang babaeng aking napupusuan,
Agad mo siyang binati at nginitian,
Habang ako ay iyong pinandilatan.

Lumipas ang isang linggo,
Irog ko'y biglang naglaho.
Hindi ko alam kung saan siya nagtungo,
Pero positibo akong suspek ay matadero.

Sa palengke ako'y nagpabalik-balik,
Hinahanap ang mataderong matinik,
Sa mga magagandang babae'y naniniktik,
At nang makuha ang gusto, hindi na ibinabalik.

Sinundan ko ang matadero,
Mula palengke hanggang kanto.
Nang siya'y lumiko sa isang pasilyo,
Sumunod ako't dahan-dahang nagtago.

Nang marating ko ang kanyang tahanan,
Nakapasok ako nang hindi niya namamalayan.
Bumaba siya sa ilalim ng hagdanan,
At doon ko nakita ang mga hubad na katawan.

Tiningnan ko lamang ang mga kilos niya at galaw.
Isang patay na babae ang kanyang nilapitan,
Nginitian at saka hinalik-halikan,
Nang itaas ang kamay, puso ko'y tumibok ng walang pakundangan.

Hindi ako maaring magkamali.
Ang sinta ko'y kanyang hinahati,
Suot niya ang singsing sa kanyang daliri,
Na galing sa aking ilang taong pagsisilbi.

Halos ako'y masuka sa kanyang ginagawa.
Pinagpuputol-putol niya ang iyong kamay at paa.
Hinihiwa-hiwa pa ang dibdib mong mapupula,
At pinugot ang ulo mong may tuyo pang mga luha.

Sinturon

Akala ko'y gagamitin mo lang na laruan,
Ang sinturong hawak-hawak mo sa aking harapan.
Akala ko maglalaro ka lamang ng apoy,
Ngunit, bakit bigla ka na lamang nanaghoy?

Hinubad mo ang saplot ko sa katawan.
Wala kang tinira kahit isang damit man.
Tinalian mo pa ang aking kamay at paa,
Nakahigang hubo't hubad na ako sa kama.

Sumayaw-sayaw ka sa aking harapan.
Isa-isang tinanggal ang iyong kasuotan.
Nang tumambad ang alindog ng iyong kagandahan,
Kakaibang sensasyon ang aking naramdaman.

Subalit...

Ang sinturong hawak mo'y pinaghahampas mo na.
Sa aking braso, dibdib, kamay at paa.
Hanggang sa ipinulupot mo ito sa aking leeg,
Naging mahigpit na ang iyong nais na pagniniig.

Hindi na ako makahinga,
Ang aking leeg ay masakit na.
Ang sinturon ay hinigpitan mo pa,
Hanggang sa ako ay mawalan ng hininga.

Balon

Kay gandang pagmasdan,
Ang kalaliman ng iyong katauhan.
Animo'y isang balon sa likuran,
Ng aming bahay ang iyong kagandahan.

Akala ko ay ako,
Ang siyang iibigin mo?
Ngunit nagkamali ang isip ko,
Dahil panakip-butas mo lang ako.

Sinundan kita, tinunton ka!
At nang mapagtanto kung saan ka,
Umigting ang galit ko sa mukha,
Maghihiganti sa iyong pagsasawalang-bahala.

Nang ika'y umuwi, hinanda ko ang tali.
Inabangan ang iyong pagdating, hindi ako dapat magkamali.
Mas lalong nandilim ang aking paningin,
Nang ikaw ay ngumiti pa sa akin.

Sinuntok kita sa sikmura,
Sinabunutan sa buhok mong mahaba.
Tinalian sa leeg, kinaladkad pa kita,
Sa likuran, sa balon ay doon kita dinala.

Tinadtad muan kita ng saksak sa katawan,
Buong katawan mo'y napapaliguan, duguan.
Nang hindi ka na humihinga,
Tinapon kita sa balong walang ibang nakakakita.

Tulay

Sa kahabaan ng *EDSA*,
Ako'y naglalakad.
Tuliro.
Ikaw ang hinahanap.

Walang imik.
Ginugunita ang huli mong sinabi.
Na hindi mo ako mahal,
At may mahal ka ng iba.

Hindi ko pinansin,
Ang mga ingay ng sasakyan,
Pagka't puso ko'y duguan,
Labis mong sinaktan.

Nang makarating sa tulay,
Tiningnan ko ang kabuuan,
Ng bawat tubig sa kailaliman,
Sumasalamin sa kalangitan.

Luha'y pumapatak,
Puso'y umiiyak.
Humakbang paitaas,
Tumalon mula sa itaas.

Hagdanan

Malimit akong umakyat,
Gamit ang hagdanan.
Limang palapag lang naman,
Ang taas ng aming tahanan.

Ngunit...

Nang ako'y makaakyat,
May puwersang dumaan.
Sa aking tabi,
Ako'y biglang kinabahan.

Tigalgal akong lumingon,
Upang magbakasakali,
Na mayroong nakasunod,
Sa aking aninong hindi umaayon.

Subalit...

Wala akong nakita.
Ni isang anino ay wala.
Bigla akong kinilabutan,
Ako'y nahiwagaan.

Ipinagpatuloy ko ang pag-akyat,
Binalewala ang nararamdaman.

Ngunit, ako'y napatda,
Nag-iba ang takbo ng isipan.

Lumingon ako sa hagdanan,
Nawala ako sa katinuan,
Ngumiti nang walang pag-alinlangan,
Gumulong pababa sa hagdanan.

Kaluskos

Nakabibinging katahimikan,
Ang sumalubong sa aking gabi.
Nakahiga na ako nang mga oras na iyon,
Nang biglang may naulinigan ako sa tabi.

Pinakinggan ko kung saan nanggaling,
Baka kasi ako ay mahumaling,
Makarinig ng iba't ibang pasaring,
At makalimutang ako pala ay gising.

Sa itaas ng bahay may kumakaluskos,
Sumabay ang ihip ng hanging sa akin ay yumapos.
Nakapangingilabot, kaba ko'y hindi matapos-tapos,
Dahil nakatatakot ang boses.

Kaya, ako'y nagtago.
Sa ilalim ng kama, naroon ako.
Dala ang kumot, itinaklob sa ulo,
Nanginginig, sa isipan ay sumasaklolo.

Malapit na siya. Hayan na!
Mga yabag niya'y naririnig ko na.
Nangangaluskos pa rin ang kuko niya,
Hanggang sa ilalim ng kama, ako ay binulaga.

Sakripisyo

Sinuway ko ang langit,
Hiniwa ko ang dagat,
Kinalbo ko ang kabundukan,
Mapasa-akin ka lang.

Pinatumba ko ang puno,
Pinaamo ko ang leon,
Pinatay ko ang bulkan,
Mapasunod ka lamang.

Pinataob ko ang barko,
Hinila ko ang eroplano,
Sinalo ko ang kanyon,
Makuha ko lamang ang iyong puso.

Sinungkit ko ang mga bituin,
Sinisid ko ang perlas,
Dinukot ko ang aking puso,
Matanggap mo lamang.

About the Author

MeasMrNiceGuy

Nakilala sa sagisag-panulat na MeasMrNiceGuy sa Wattpad ilang taon na ang nakalilipas. Sa kaniyang hilig sa pagsulat ng tula nagsimula ang isa pa niyang hilig na gumawa ng nakatatakot na kuwento.

Malungkot man ang naging buhay niya sa nakaraan, nailalabas naman niya ito sa pamamagitan ng pagsulat ng mga tula at nobela. Kaya, sa koleksyong kaniyang ginawa, naisasabuhay niya ang ilang mga emosyong hindi niya nailalabas nang personal. Bagay na nakawawala rin sa kaniyang mga iniindang sakit at problema.

Hindi man naging isang ganap na guro sa kursong natapos na Batsilyer sa Edukasyon, unti-unti namang natutupad ang kaniyang pangarap na makapaglimbag ng libro sa mundo ng literatura.

www.ingramcontent.com/pod-product-compliance
Lightning Source LLC
LaVergne TN
LVHW041639070526
838199LV00052B/3448